ಅಧ್ಯಾತ್ಮದ ಅಲೆಯಲ್ಲಿ

ಶಿವನ ಪರಿಕಲ್ಪನೆ

ಮಲ್ಲಿಕಾರ್ಜುನ ಸಾಸಲ್ವಾಡ ಮುದ್ದುಗಲ್ ಮಠ್

ನನ್ನ ತಂದೆ ತಾಯಿ ಹಾಗು ಅರಿವಿನ ಗುರುವಿಗೆ ಅರ್ಪಣೆ !!

ಪರಿವಿಡಿಗಳು

ಮುನ್ನುಡಿ ... vii

1. ಜಗತ್ತಿನ ಶೃಷ್ಟಿ ... 1

2. ದೇವರ ಹುಡುಕುತ್ತಾ ... 3

3. ದೇಹವೇ ದೇವಾಲಯ ... 8

4. ಗುರುಕಾರುಣ್ಯ ಸ್ಥಲ ... 10

5. ಲಿಂಗಧಾರಣ ಸ್ಥಲ ... 14

6. ಭಸ್ಮಧಾರಣ ಸ್ಥಲ ... 17

7. ರುದ್ರಾಕ್ಷ ಧಾರಣ ಸ್ಥಲ ... 20

8. ಪಂಚಾಕ್ಷರಿ ಜಪ ... 23

9. ಪಾದೋದಕ ಪ್ರಸಾದ ... 25

ಮುನ್ನುಡಿ

ಯಾವ ಶಕ್ತಿ ನಮ್ಮ ಎದೆ ಬಡಿತದ ಹಿಂದೆ ಇದೆಯೋ, ಉಚ್ಛ್ವಾಸ ನಿಶ್ವಾಸದ ಮಧ್ಯೆ ಇರುವ ಕ್ಷಣ ಕಾಲವೇ ಶಿವನೇ,

ಮರುಭೂಮಿಯಲ್ಲಿ ಬಾಯಾರಿದ ಸಿಗುವ ಸಿಕ್ಕ ಜೀವ ಜಲ ಶಿವನೇ ? ಕಾಡಿನಲ್ಲಿ ಕಳೆದು ಹೋಗಿ ಅಕ್ಕಿ ಸಿಗದೇ ತಲೆ ತಿರುಗಿ

ಬೀಳುವ ಸಮಯದಲ್ಲಿ ಸಿಕ್ಕ ಎಳನೀರು ಶಿವನೇ. ಯಾವುದೇ ಅಧ್ಯಾತ್ಮದ ಗಂಧ ಗಾಳಿಯೂ ತಿಳಿಯದ ಜೀವಕ್ಕೆ, ಒಂದೆಡೆ

ಸ್ತಬ್ಧವಾಗಿ ಗೊತ್ತಿಲ್ಲದ ಶಕ್ತಿಗೆ ಸಿಲುಕಿ ಸೆಳೆಯುವ ಸೆಳೆತವೇ ಶಿವನೇ !!

ಸಾವಿರರು ಯೋಚನೆಯ ಅಲೆಯಲ್ಲಿ ಸಿಲುಕಿ ನೆಮ್ಮದಿಯ ನಿಟ್ಟಿಸಿರುಗಾಗಿ ಕಾಯ್ದು ಕುಳಿತ ಜೀವಕ್ಕೆ, ಕಣ್ಣ ಮುಚ್ಚಿದೋಕೆ

ಶಾಂತ ಸಮುದ್ರದ ಅಲೆಯಂತೆ ಮಾಡುವವ ಶಿವನೇ, ಕಣ್ಣಾಚೆಗೂ ಕಾಣುವ ನೀಲಿ ಆಕಾಶ ಉಹೆಗೂ ಬೀಳದ ಸಾಗರ ಆಚೆ

ಇರುವವ ಶಿವ ಎಂಬಾ ಕಲ್ಪನೇ. ಈ ಕಲ್ಪನೆಯ ಹಾದಿಯಲ್ಲಿ ಶೋಧನೆಯ ಹಾದಿಯಲ್ಲಿ ಸಿಕ್ಕ ಡಾ.ಚಂದ್ರಶೇಖರ ಶಿವಾಚಾರ್ಯ

ಸ್ವಾಮಿಗಳ ಪ್ರವಚನದ ಸಿದ್ಧಾಂತ ಶಿಖಿಮ್ಮನೆಯ ಬಗೆಗೆ ಅರ್ಥವಾದ ಕೆಲಸ ಅಕು. ನನ್ನ ಪ್ರಶ್ನೆಗಳಿಗೆ ಉತ್ತರಗಳು ಸಿಕ್ಕಂತೆ.

ನಾನೊಬ್ಬ ಮಹಾನ್ ಲೇಖಿಕನು ಅಲ್ಲ ಅಥವಾ ಮಹಾನ್ ಶರಣನು ಅಲ್ಲ. ಮಹಾ ಶರಣರ, ಯೋಗಿಗಳ ಮಾತು ಗಳಲ್ಲಿ,

ಪ್ರವಚನ ಗಳಲ್ಲಿ , ಅವರ ಅಭ್ಯಾಸ ಗಳಲ್ಲಿ ಸಿಕ್ಕ , ಅನುಭವಿಸಿದ ಕೆಲವು ಅನುಭವಗಳನ್ನು ಸಾಮಾನ್ಯ ಜನರಿಗೆ ತಲುಪಿಸುವ

ಪ್ರಯತ್ನ ಎಲ್ಲಾದರೂ ತಪ್ಪಿದ್ದರೆ ನಡೆಸಿ !

1
ಜಗತ್ತಿನ ಸೃಷ್ಟಿ

ನಾವು ಯೋಚನೆ ಮಾಡುತ್ತ ಹಿಂದೆ ಹಿಂದೆ ಹೋದಾಗ ಈ ಪ್ರಪಂಚ ಹೇಗಾಯಿತು ? ಯಾರು ಮಾಡಿದರು ಎಂದು ತಿಳಿಯಲು

ಹೋದಾಗ ಜ್ಞಾನಿಗಳು ಈ ರೀತಿ ಹೇಳುತ್ತಾ . ಈ ಜಗತ್ತಲ್ಲಿ ಒಂದೇ ಒಂದು ಪರಶಿವ ಪರಮಾತ್ಮ ಇದೆ ಎಂದು ಹೇಳಿದ್ದಾರೆ.

ಯಾವ ಪ್ರಪಂಚದ ಜಂಜಾಟ ಇಲ್ಲ ಎಂದಾಗ , ನಿರ್ಗುಣನೂ ನಿರಾಕರನು , ಸತ್ತು,ಚಿತ್ತು ಪರಮಾತ್ಮ ಒಬ್ಬನೇ ಇದ್ದ . ಆದರೆ

ಒಬ್ಬನೇ ಇದ್ದ ಪರಮಾತ್ಮ ಒಬ್ಬನೇ ಇದ್ದಿದ್ದರೆ ಚೆನ್ನಾಗಿತ್ತು . ಯಾಕೆ ಈ ಜಗತ್ತನ್ನು ಶೃಷ್ಠಿ ಮಾಡಿದ ಎನ್ನುವುದಕ್ಕೆ ಕಾರಣ ಹೀಗಿದೆ .

ಯಾವ ಮನುಷ್ಯ ಒಬ್ಬನೇ ಇರುತ್ತಾನೆ ಅವನಿಗೆ ಬೇಸರ ಉಂಟಾಗಿ ಸ್ನೇಹ ಅಥವಾ ಸಂಗಡ ಬೇಕೆನಿಸಿ , ನಾನು ಒಬ್ಬನೇ

ಮಾಡಬೇಕು , ಎಂದು ವಿಶ್ವವನ್ನು ಶೃಷ್ಠಿ ಮಾಡಿದ . ಅಖಂಡವಾದ ಪರಮಾತ್ಮ ನಿಂದ ಹೊರಟ ಸಣ್ಣ ಸಣ್ಣ ಕಿಡಿಗಳೇ

ಜೀವಾತ್ಮ ವಾಗಿ ಮಾರ್ಪಾಡು ಆದವು . ಹ್ಯಾಗೆ ಇಂದ ಕಿಡಿಗಳು ಹೊಮ್ಮುವವೋ , ಆ ಚಿಕ್ಕ ಚಿಕ್ಕ ಬೆಂಕಿಯ ಕಿಡಿಗಳೇ ಜೀವ

ಗಳಾಗಿ ಮಾರ್ಪಾಡು ಆದವು. ಈ ಪ್ರತಿಯೊಂದು ಕಿಡಿಗಳೇ ಪರಮಾತ್ಮನ ಅಂಶಗಳು.

ಈ ಸುಡುವಂಥ ಶಕ್ತಿ, ಬೆಳಕು ಇರುತ್ತದೆ . ಎಷ್ಟು ಶಕ್ತಿ ಈ ಕಿಡಿಗೆ ಇರುತ್ತದೆ ಎಂದರೆ ತನ್ನನು ತಾನು ಬೆಳಕಿಸಿಕೊಂಡು

ಇರುವಷ್ಟು. ಆದರೆ, ದೀಪಕ್ಕಾದರೆ ತನ್ನನ್ನು ಬೆಳಕಿಸಿಕೊಂಡು ಬೇರೆಯವರಿಗೂ ಬೆಳಕು ಕೊಡುವಷ್ಟು ಶಕ್ತಿ ಇರುತ್ತದೆ.

ಹಾಗೆ ಜಗತ್ತಿನಲ್ಲಿ ಎಲ್ಲ ಜೀವಿಗಳಲ್ಲಿ ಎಷ್ಟು ಸಾಮರ್ಥ್ಯ ಎಂಬುದು ತಿಳಿವುದನ್ನ ಅಲ್ಪಜ್ಞ ಹಾಗು ಅಲ್ಪಕಾರ್ಯ ಎನ್ನುವರು. ನಮಗೆ

ನಮ್ಮ ಮನಸ್ಸಿನಲ್ಲಿ ಏನಾಗುವುದು ಅದು ಮಾತ್ರ ತಿಳಿವುದು. ದೇವರಿಗೆ ಸರ್ವಜ್ಞ ಎನ್ನುವರು, ಏಕೆಂದರೆ ಅವನಿಗೆ ಎಲ್ಲವು

ಮನಸ್ಸಿನಲ್ಲಿ ನಡೆವುದು ಎಂದು ತಿಳಿದಿದೆ.

ಹೇಗೆ ದೇವಸ್ಥಾನದಲ್ಲಿ ನೂರಾರು ಜನ ಬೇರೆ ಬೇರೆ ಬೇಡಿಕೆ ಕೇಳುವರೋ, ಎಲ್ಲರ ಬೇಡಿಕೆಗಳನ್ನು ಈಡೇರಿಸುವ ಶಕ್ತಿ

ಪರಮಾತ್ಮನಿಗೆ ಇದೆ. ಅದೇ ತರಹ, ನಿಮ್ಮ ಮುಂದೆ ನೂರು ಜನ ಬಂದು ಒಮ್ಮೆಲೇ ಮಾತಾಡಿದರೆ ನಿಮಗೇನು ತಿಳಿವುದಿಲ್ಲ

. ನೀವು ಒಬ್ಬೊಬ್ಬರಾಗಿ ಮಾತಾಡಿ ಎಂದು ಹೇಳುವಿರಿ. ಆದ್ದರಿಂದ ಹೃದಯದಲ್ಲಿ ಇರುವುದರಿಂದ ನಾವು ಏನು ಅಂದು

ಕೊಂಡದ್ದು ನಮಗೆ ತಿಳಿವುದೋ ಹಾಗೆ ಆತನಿಗೂ ತಿಳಿವುದು ಹೇಗೆ ಬೀಜದೊಳಗೆ ಮೊಳಕೆ ಇರುತ್ತೋ ಪ್ರತೀ ಜೀವಾತ್ಮನಲ್ಲಿ

ಪರಮಾತ್ಮ ಇರುತ್ತಾನೆ.

2

ದೇವರ ಹುಡುಕುತ್ತಾ

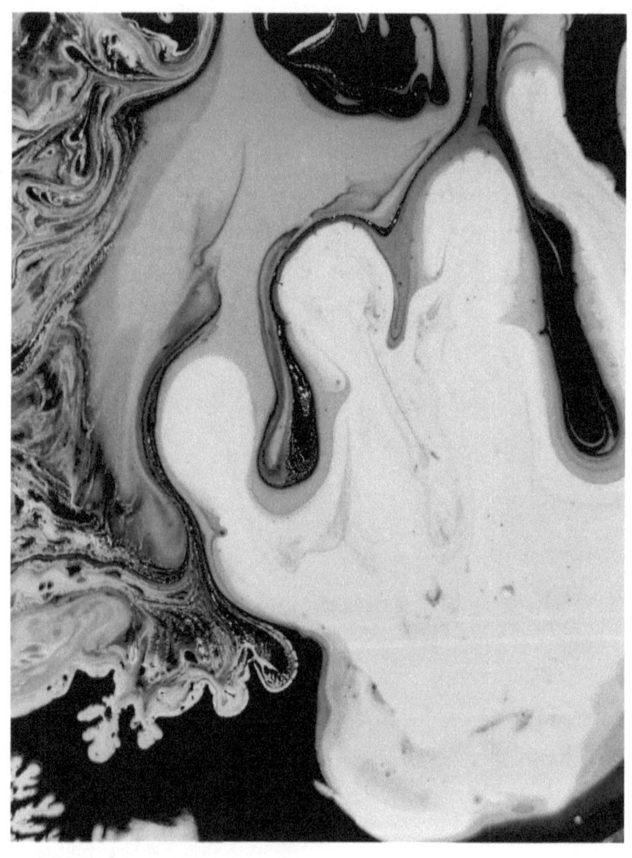

ದೇವರು ನಮ್ಮೊಳಗೇ ಇರುವನೆಂದರೆ ನಮಗೇಕೆ ಕಾಣುವುದಿಲ್ಲ . ನಾವು ದೇವರನ್ನು ದೇವಸ್ಥಾನ ಜ್ಯೋತಿರ್ಲಿಂಗ ಗಳಲ್ಲಿ,

ಮತ್ತೆ ಎಲ್ಲೋ ಹುಡುಕುತ್ತ ಹೊರಡುತ್ತೇವೆ . ನಮ್ಮ ಎಲ್ಲ ಇಂದ್ರಿಯ ಗಳು ಬಹಿರ್ಮುಖಿ ಗಳಾಗಿ ಕೆಲಸ ಮಾಡುತ್ತವೆ . ಶಬ್ಧ,

ರಸ, ರೂಪ, ಗಂಧ ರಹಿತ ವಾದ ಆತ್ಮ ನನ್ನು ನಾವು ಕಾಣ ಲಿಕ್ಕೆ ಆಗಲ್ಲ. ಹೇಗೆ ಎಂದರೆ ಒಂದುಮನೆ ಮಾಡಿ ಅದಕ್ಕೆ ಬಾಗಿಲು

ಅಂತ ನಾವು ಇಟ್ಟು ಬಿಡುತ್ತೇವೆ . ಒಬ್ಬ ಮನುಷ್ಯ ಅದರ ಗೃಹ ಪ್ರವೇಶ ಮಾಡಿ , ಶಾಂತಿ ಪೂಜೆ ಮಾಡಿ ಆಮೇಲೆ ಒಮ್ಮೆ

ಹೊರಗೆ ಹೋದವನು ಹಾಗೆ ತಿರುಗಾಡುತ್ತಾ ಇದಾನೆ . ಅವನು ಯಾವತ್ತೂ ಒಳಗೇ ಬಂದಿಲ್ಲ.

ಅವನು ಯಾರೆಂದರೆ ನಾವೆಲ್ಲರೂ ದೇವರು ಈ ದೇಹ ಎನ್ನುವ ದೇವಾಲಯ ಮಾಡಿದ ಮೇಲೆ ಬುದ್ಧಿ ಅಥವಾ ಮನಸ್ಸು

ಎನ್ನುವ ಬಾಗಿಲು ಹಚ್ಚಿದ. ಈ ಬುದ್ಧಿ ಅಥವಾ ಮನಸ್ಸು ಬಂದ ಮೇಲೆ ಒಳಗೆ ಹೋದ. ಹೊರಗೂ ಹೋದ. ಒಮ್ಮೆ ಹೊರಗೆ

ಹೋದವ , ಅವನು ಯಾವತ್ತೂ ವಾಪಾಸ್ ಬಂದಿಲ್ಲ.

ನಮ್ಮ ಜನ ಈ ದಿನ ಗಳಲ್ಲಿ ಯಾತ್ರೆ, ದೇವರ ದರ್ಶನ ಮಾಡಲು ದೂರ ದೂರ ಯಾತ್ರಾ ಸ್ಥಳಗಳಿಗೆ ಹೋಗುತ್ತಾರೆ.

ಜ್ಯೋತಿರ್ಲಿಂಗ , ಶಕ್ತಿ ಪೀಠ ಗಳ ದರ್ಶನ ಪಡೆಯುತ್ತಾರೆ. ಆದರೆ, ಒಂದೇ ಒಂದು ಗಂಟೆ ಕಣ್ಣು ಮುಚ್ಚಿ ಧ್ಯಾನ ಮಾಡು

ಎಂದರೆ ಅವನಿಗೆ ಆಗೋದಿಲ್ಲ. ಹೊರಗಿನ ಪ್ರಪಂಚ ಸುತ್ತಾಡಲು ಅವನಿಗೆ ಆಗುತ್ತೆ. ಒಳಗಿನ ಪ್ರಪಂಚ ನೋಡಲು , ಹೋಗಲು

ಆಗಲ್ಲ. ಅನಂಥ ಯುಗಗಳಲ್ಲಿ ಬರಿ ಹೊರಗೆ ಹೋಗೋ ಕೆಲಸ ಮಾಡಿಕೊಂಡು ಬಂದಿದಾನೆ.

ಯಾತ್ರೆ ಯೊಳಗೆ ಒಂದು ಬಹಿರಂಗ ಯಾತ್ರೆ, ಒಂದು ಅಂತ ರಂಗದ ಯಾತ್ರೆ. ಅಂತರಂಗದ ಯಾತ್ರೆಗೆ ಯಾರೂ , ಎಲ್ಲು

ಹೋಗಬೇಕಿಲ್ಲ. ಎಲ್ಲಿ ಕೂತಿರು ತ್ತಾರೋ ಅಲ್ಲೇ ಧ್ಯಾನ ಮಾಡಿದರೆ ಆಯಿತು . ಯಾರು ಅಂತರಂಗದ ಮೂಲಕ ದೇವರನ್ನು

ಕಾಣಲಿಕ್ಕೆ ಸಾಮರ್ಥ್ಯ ಪಡೆದು ಕೊಂಡಿಲ್ಲ, ಅಂತಹ ಜನಕ್ಕೆ, ದೇವಸ್ಥಾನ ಮಾಡಿ, ಅವರಿಗಾಗಿ ಈ ದೇವಸ್ಥಾನ ಮಾಡಿದ್ದಾರೆ.

ಈ ವಿಚಾರ ಇನ್ನು ಚೆನ್ನಾಗಿ ಅರ್ಥ ಮಾಡಿಸಲು ಒಂದು ಉದಾಹರಣೆ. ಒಂದ್ ಊರಲ್ಲಿ ಒಬ್ಬ ವ್ಯಕ್ತಿ ಮದ್ಯ ಪಣ ಮಾಡಿ

ಸುತ್ತಾಡುತಿಯಿದ್ದ . ಅವನು ಎಷ್ಟರ ಮಟ್ಟಿಗೆ ಪಾನ ಮತ್ತ ನಾಗಿದ್ದ ಎಂದರೆ, ಅವನ ಮನೆಯ ರೋಡ್ ಮುಂಭಾಗ ಬಂದು

ನಿಂತು , ಜನರನ್ನು ನನ್ನನು ಮನೆಗೆ ಮುಟ್ಟಿಸಿ ಎಂದು ಕೂಗುತಿದ್ದ . ಇದನ್ನು ಕಂಡ ಜನ ಎಲ್ಯ ಕುಡುಕನೇ ನೀನು ನಿನ್ನ

ಮನೆಯ ಮುಂದೆ ನಿಂತಿರುವೆ ಎಂದು ಹೇಳುತ್ತಾರೆ.

ಆದರೆ, ಅವನು ಕುಡಿತದ ಅಮಲಿನಲ್ಲಿ ಅವನ ಮನೆಯನ್ನು ಗುರುತು ಹಿಡಿಯಲಾರದಷ್ಟು ಮೊಬ್ಬು ಇದೆ. ಅವನು ಜನಗಳಿಗೆಲ್ಲ

ನೀವು ನನ್ನ ಮನೆ ತೋರಿಸಲಾಗದೆ ಯಾರದೋ ಮನೆ ನನ್ನ ಮನೆ ಎಂದು ಹೇಳುತ್ತಾ ಇರುವಿರಿ ಎಂದನು. ಅದೇ ಸಮಯ

ದಲ್ಲಿ ಸ್ವಾಮಿ ಒಬ್ಬರು ಅದೇ ದಾರಿ ಯಲ್ಲಿ ಹೋಗುತ್ತಾ ಇದ್ದರು. ಜನಗಳ್ಲು, ಸ್ವಾಮಿಗಳೇ ಇವನು ಕುಡಿದ ಅಮಲಿನಲ್ಲಿ ಅವನ

ಮನೆ ಮುಂದೆ ಇದ್ದರೂ ಅವನಿಗೆ ಗುರುತು ಹಿಡಿಲಿಕ್ಕೆ ಆಗುತ್ತಾ ಇಲ್ಲ, ನೀವಾದ್ರೂ ಸ್ವಲ್ಪ ಬುದ್ಧಿ ಹೇಳಿ ಅಂದರು.

ಆಗ ಸ್ವಾಮಿಗಳು ಅವನ ಸ್ಥಿತಿ ನೋಡಿ, ಈಗ ಇವನಿಗೆ ಏನು ಹೇಳಿದರು ತಿಳಿಯದು ಎಂದು ಹೇಳಿ, ಒಂದು ಬಂಡಿಯಲಿ

ಅವನನ್ನು ಕುಳ್ಳಿರಿಸಿ, ಆ ಬೀದಿ ಬಿಟ್ಟು ಊರೆಲ್ಲ ಕರೆದುಕೊಂಡು ಬಂದು, ಅವನ ಅಮಲು ಕಮ್ಮಿ ಆದ ಮೇಲೆ, ನೋಡಪ್ಪ ನಿನ್ನ

ಮನೆ ಇದೆ ಎಂದರು. ಆಗ ಆ ಕುಡುಕ, ಸ್ವಾಮಿಗಳೇ ಕಾಲಿಗೆ ಬಿದ್ದು, ನಮಸ್ಕಾರ ಮಾಡಿ, ಧನ್ಯವಾದ ಹೇಳಿದ. ಹೀಗೆ ಈ

ಉದಾಹರಣೆ ಯಲ್ಲಿ ಹೇಗೆ ಕುಡುಕನಿಗೆ ಅಮಲುನಲ್ಲಿದ್ದ ಹಾಗೆ ಅವನ ಮನೆಯ ಮುಂದೆ ನಿಂತರೂ ಅವನಿಗೆ ಗುರುತು

ಹಿಡಿಲಿಕ್ಕೆ ಅಗಲಿಲ್ಲವೋ ಹಾಗೆ, ನಿಮ್ಮೊಳಗೆ ದೇವರು ಇದ್ದಾನೆ, ನಿಮ್ಮೊಳಗೆ ದೇವರಿದ್ದಾನೆ ಎಂದು ಸಾವಿರ ಸಲ ಹೇಳಿದರು

ಅವರಿಗೆ ತಿಳಿಯದು.

ಹ್ಯಾಗೆ ಚಂದ್ರಕಾಂತ ಶಿಲೆ ಯಲ್ಲಿ ನೀರನ್ನು ಪ್ರಕಟ ಮಾಡೋ ಶಕ್ತಿ ಇದೆಯೋ, ಸೂರ್ಯ ಕಾಂತ ಶಿಲೆ ಯಲ್ಲಿ ಅಗ್ನಿಯನ್ನು

ಪ್ರಕಟ ಮಾಡೋ ಸಾಮರ್ಥ್ಯ ಇದೆಯೋ. ಬೀಜದೊಳಗೆ ಮೊಳಕೆ ಮಾಡೋ ಸಾಮರ್ಥ್ಯ ಇದೆಯೋ ಹಾಗೆ, ಪ್ರತಿ ಮನುಷ್ಯನ

ಒಳಗೆ ಪರಮಾತ್ಮನ ನಿತ್ಯ ನಿವಾಸ ಇದೆ.

ಯಾರ ಅಂತಃಕರಣ ಶುದ್ಧಿ ಆಗದೋ, ಅವರು ಹೊರಗೆ ತಿರುಗಾಡುತ್ತ ಇರುತ್ತಾರೆ

"ಉಳ್ಳವರು ಶಿವಾಲಯ ಮಾಡುವರು ನಾನೇನು ಮಾಡಲಿ ಬಡವನಯ್ಯ, ಎನ್ನ ಕಾಲುಗಳೇ ಕಂಬ, ದೇಹವೇ ದೇ

ಗುಲ, ಶಿರವೇ ಹೊನ್ನ ಕಳಶವಯ್ಯ"

ಬಸವಣ್ಣನವರ ಈ ವಚನ ಎಷ್ಟು ಸತ್ಯ ಮತ್ತು ಅರ್ಥ ಗರ್ಭಿತವಾಗಿದೆ. ಯಾರಲ್ಲಿ ದುಡ್ಡು, ಸಮಯ, ಅರೋಗ್ಯ ಇದೆ ಅವರೆಲ್ಲ

ಶಿವಾಲಯ ಮಾಡುವರು ಎಂಬ ಅರ್ಥ. ಇನ್ನೊಂದು ಅರ್ಥದಲ್ಲಿ, ತನ್ನೊಳಗೆ ದೇವರು ಇದ್ದಾನೆ ಎನ್ನುವ ತಿಳುವಳಿಕೆ

ಎಲ್ಲದವರು, ಅಜ್ಞಾನ ಉಳ್ಳವರು

ಶಿವಾಲಯ ಮಾಡುವರು, ಹುಡುಕುತ್ತ ಹೋಗುತ್ತಾರೆ. ನಾನು ನನ್ನೊಳಗೆ ದೇವರ ಕಾಣುವುದರಿಂದ ಬೇರೆಡೆ ದೇವರ

ನೋಡಲು ಅವಶ್ಯ ಕತೆಯಲ್ಲ.

3
ದೇಹವೇ ದೇವಾಲಯ

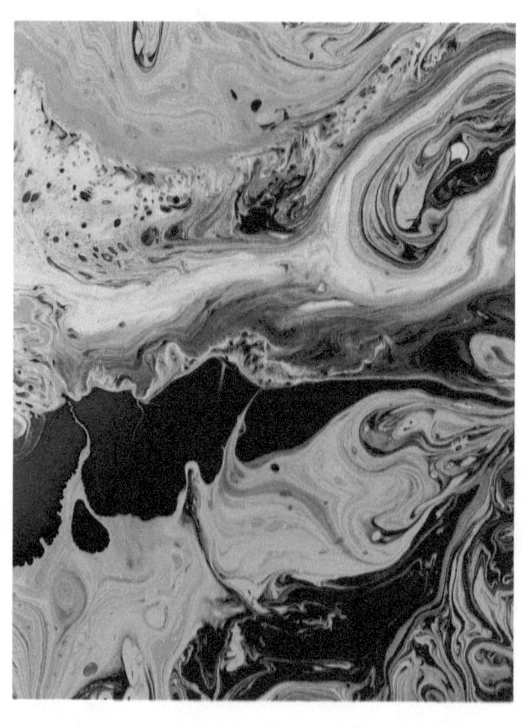

ವೀರಶೈವ ಸಿದ್ಧಾಂತ ಯಾಕಿಷ್ಟು ಮಹತ್ತ್ವದ್ದು ಎಂಬುದನ್ನು ನೋಡುತ್ತಾ ಹೋದಂತೆ, ಜಗತ್ತಿನಲ್ಲಿ ಸಾವಿರಾರು ಮಂದಿ ಶಿವ ಭಕ್ತ

ರಿದ್ದಾರೆ. ಆದರೆ ಉಳಿದೆಲ್ಲ ಶಿವ ಭಕ್ತರಿಗಿಂತ ಯಾಕೆ ವೀರ ಶೈವ ರಿಗೆ ಮಹತ್ತ್ವ ಬಂತು ಎಂದರೆ , ಆತ ತನ್ನ ದೇಹವನ್ನು

ದೇವರ ಆಲಯ ಮಾಡಿ, ಇಷ್ಟ ಲಿಂಗವನ್ನುದೇಹದ ಮೇಲೆ ಪ್ರತಿಷ್ಠಾಪಿಸಿ , ನಡೆದಾಡುವ ದೇವಾಲಯ ಅಥವಾ ಸುಳಿದಾಡುವ

ದೇವಾಲಯ ಅಂತ ಹೇಳಿದ್ದಾರೆ.

ದೇವಾಲಯವನ್ನು ಯಾರೋ ಇಂಜಿನಿಯರ್ ಕಟ್ಟುತ್ತಾರೆ . ಹಾಗೆ ಅವರ ಜೊತೆ ಸಾವಿರ ಮಂದಿ ಕೆಲಸ ಮಾಡಿರುತ್ತಾರೆ. ಗುಡಿ

ಒಳಗೆ ಶೀಲಾ ದೇವರ ಸ್ಥಾಪನೆ ಮಾಡಿರುತ್ತಾರೆ . ಗುಡಿ ಒಲಗೇ ಶಿಲ್ಪಿ ಅದನ್ನು ಕೆತ್ತಿ, ಗುರುಗಳು ಶಿಲೆ ಯನ್ನು ದೇವರನ್ನಾಗಿ

ಸ್ಥಾಪನೆ ಮಾಡಿರುತ್ತಾರೆ .

ಹೀಗೆ ಗುಡಿ, ದೇವರ ಶಿಲೆ , ಪ್ರಾಣ ಪ್ರತಿಷ್ಠಾಪನೆ ಮಾಡಿರುವ ಎಲ್ಲರು ಮನುಷ್ಯರೇ. ಆದರೆ ಈ ದೇಹವೆಂಬ ಗುಡಿಯನ್ನು

ದೇವರೇ ನಿರ್ಮಾಣ ಮಾಡಿದ್ದಾನೆ , ಅದಕ್ಕೆ ಇದು ದಿವ್ಯ ದೇವಾಲಯ.

ಯಾವುದೇ ಬೇರೆ ಧರ್ಮಗಳಲ್ಲಿ , ಈ ವಿಚಾರ ಪ್ರಸ್ತಾವನೆ ಮಾಡಿರುವುದು ಅತೀ ವಿರಳ. ಹಾಗೆ, ಯೋಗಿಗಳು, ಜ್ಞಾನಿ ಗಳು

,ಗುರು ಗಳು ನಮಗೆ ಈ ವಿಚಾರ ತಲುಪುವ ರೀತಿ ಮಾಡಿರುವುದು ನಾವು ಅಭಾರಿ ಆಗಬೇಕು.

ದೇವರ ಗುಡಿಯ ನಾವು ಹೇಗೆ ತುಂಬಾ ಶ್ರದ್ಧಾ, ಭಕ್ತಿ ಇಂದ ಸ್ವಚ್ಛವಾಗಿ, ಭಕ್ತಿ ಇಂದ ಪೂಜೆ ಮಾಡುವೆವೋ, ಅದೇ ರೀತಿ ನಮ್ಮ

ದೇಹವೆಂಬ ದೇವಾಲಯವನ್ನು ಮೊದಲು, ಬಾಹ್ಯ ದಿಂದ ಪರಿಶುದ್ಧ ವಾಗಿಸಿ, ನಂತರ ಅಂತರಂಗದ ಶುದ್ಧಿ ಮಾಡುವ

ಕಾರ್ಯಕ್ಕೆ ಮುಂದಾಗಬೇಕು. ಅಂತರಂಗದ ಶುದ್ಧಿ ಎಂದರೆ, ಬೇರೆಯವರ ದಿಕ್ಕಾರ ಮಾಡಬೇಕಾ, ಬೇರೆಯವರ ಕಂಡು

ಹೊಟ್ಟೆ ಕಿಚ್ಚು ಪಡಬೇಡ. ಸದಾ ಪ್ರಸನ್ನ ಮಗ್ನನಾಗಿ ಶಿವನ ಧ್ಯಾನ ಮಾಡುವುದೇ ಅಂತರಂಗದ ಶುದ್ಧಿ ಮಾಡುವ ಪರಿ

ಎಂಬುದಾಗಿ ಹೇಳಿದ್ದಾರೆ.

4
ಗುರುಕಾರುಣ್ಯ ಸ್ಥಲ

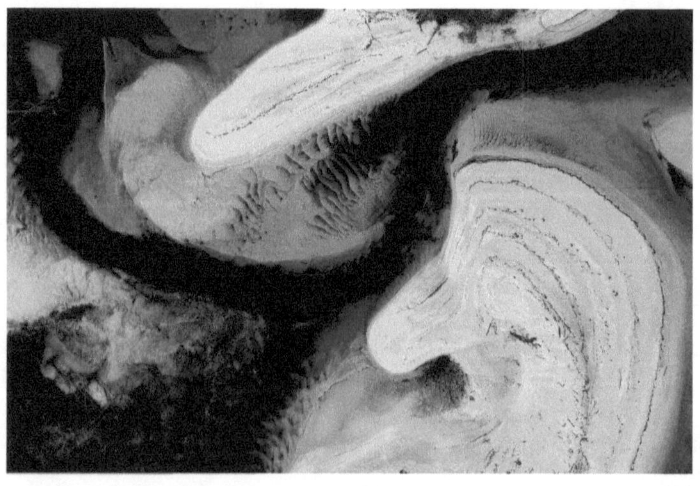

Enter Caption

ಸಂಸಾರದಲ್ಲಿ ಜನ್ಮ ತಾಳಿರುವ ಎಲ್ಲ ಪ್ರಾಣಿ ಗಳಿಗೂ ದುಃಖ ದಿಂದ ಮುಕ್ತಿ ಪಡೆಯ ಬೇಕೆಂಬ ಆಕಾಂಕ್ಷೆ ಎಲ್ಲರಿಗೂ ಇರುತ್ತದೇ.

ದುಃಖದಿಂದ ಮುಕ್ತಿ ಪಡೆಯ ಬೇಕಾದ್ರೆ ಯಾರನ್ನ ಆಶ್ರಯಿಸಬೇಕು . ಯಾರ ಉಪದೇಶ ಶ್ರಾವಣ ಮಾಡಬೇಕು ಎಂದಾಗ

ಸಿಗುವ ಉತ್ತರವೇ ಗುರುವಿನ ಆಸರೆ ಪದೇ ಎಂದು ಸಾಮಾನ್ಯವಾಯಿ ಸಂಸಾರದಲ್ಲಿ ನೂರಾರು ಬೇರೆ ಬೇರೆ ರೀತಿಯ

ಸಂಬಂಧ ಇವೆ. ಪಿತಾ ಪುತ್ರರ ಸಂಬಂಧ, ಸತಿ ಪತಿಯ ಸಂಬಂಧ , ಮಿತ್ರರ ಸಂಬಂಧ. ಸಂಬಂಧ ಶಬ್ದದ ಸರ್ತ ಏನು

ಎಂದು ಆಲೋಚನೆ ಮಾಡಿದಾಗ, ಸಾಮಾನ್ಯವಾಗಿ ಯಾರಾದರೂ ನೆಂಟರು ಬಂದಾಗ, ನಾವು ಆವರಣ

ಪರಿಚಯ ಮಾಡಿ ಕೊಡುವಾಗ , ಇವ ನೆಂಟ ಎಂದು ಹೇಳುತ್ತೇವೆ. ಹೀಗೆ, ಯಾವ ರೀತಿಯವಾದರೂ ಕೊಟ್ಟು ಸಂಬಂಧ

ಆಗಿರುತ್ತೆ ಅಥವಾ ತೆಗೆದು ಕೊಂಡು ಸಂಬಂಧ ಆಗಿರುತ್ತೆ.

ಹೀಗೆ ಗುರು ಶಿಷ್ಯ ಸಂಬಂಧ ಬಿಟ್ಟು ಬೇರೆ ಎಲ್ಲ ರೀತಿಯ ಸಂಬಂಧಗಳು "ಬಂದನಕಾರಿ " ಸಂಬಂಧಗಳು. ಬಹಳ ಚೆನ್ನಾಗಿ

ಕಟ್ಟಲ್ಪಟ್ಟ ಗಂಟುಗಳು. "ಸಮಯಕ್ ಬಂದಹ ಸಂಬಂಧಹ " ಲಗ್ನ ಆಗುವಾಗ ಬ್ರಮ್ಮ ಗಂಟು ಅಂತ ಹಾಕುತ್ತಾರೆ. ಅಂದರೆ

ಬಂದನಾ ಮಾಡಿದರು. ಹೊರಗೆ ಬಟ್ಟೆಯ ಗಂಟು ಆದರೆ, ಮನಸ್ಸಿನ್ನ ಒಳಗೆ ಮಾನಸಿಕ ಗಂಟು. ಹಾಗು ಬಿಡಿಸಿಗೊಳ್ಳಲಾಗದ

ಗಂಟುಗಳು . ಈ ಜೀವನದಲ್ಲಿ ಬಿಡಿಸದ ಗಂಟುಗಳೆಲ್ಲ ಸಂಬಂಧ ಅಂದಿದಾರೆ.

ಈ ಎಲ್ಲಾ ಸಂಬಂಧದಿಂದ ನಾವು ಮುಕ್ತ ರಾಗ ಬೇಕು ಅಂದರೆ ನಾವು ಗುರುವಿನ ಸಂಬಂಧ ಮಾಡಬೇಕು. ಹಾಗಾದರೆ ಇದಕ್ಕೆ

ಏನು ಯೋಗ್ಯತೆ ಬೇಕು.

ಸಾಮಾನ್ಯವಾಗಿ ವದು ವರ ಮದುವೆ ಮಾಡುವಾಗ ಗುಣ ಗಳನ್ನು ಹೊಂದಿಸಿ ನೋಡುತ್ತಾರೆ. ೨೬ ಗುಣ ಕೂಡಿದರೆ

ಒಳ್ಳೆದು, ಆದರೆ ಕಡಿಮೆ ಅಂದರೆ ೧೪ ಗುಣ ಕೂಡಿದರು ಮಾಡುವೆ ಮಾಡಬಹುದು ಎಂದು. ಈ ಗುಣ ಗಳು ಮುಖ್ಯ

ಲೋಕ್ವಿಕ ಸಂಬಂಧ ಮಾಡಲು. ದೇವಗಣ , ಮನುಷ್ಯ ಗಣ ಸೇರಿದರೆ , ಅದೇ ರೀತಿ ಮನುಷ್ಯಕ್ಕೆ ಮನುಷ್ಯ ಮತ್ತು ರಾಕ್ಷಸ ರಾಕ್ಷಸ ಗಣ ಸೇರಿದರೆ ಒಳ್ಳೇದು.

ಒಂದು ಸಂಬಂಧ ಮಾಡುವಾಗ ಗಣ ಹಾಗು ಗುಣ ಎರಡನ್ನು ಹೊಂದಿಕೆ ಮಾಡಿ ನೋಡುತ್ತೇವೆ, ಏಕೆಂದರೆ ಇವು

ಸಾಯೋವರೆಗೂ ಗಟ್ಟಿ ಯಾಗಿ ಇರಲು ಎಂದು. ಹಾಗೆ ಗುರು ಶಿಷ್ಯ ಸಂಬಂಧ ಆಗೋ ವಾಗಲು ಒಂದಿಷ್ಟು ಗುಣ

ನೋಡುತ್ತಾರೆ.

ಶುದ್ಧ ಅಂತಹ ಕರಣ ತತೋ ವಿವೇಕಿ, ವಿರಾಗ ಬಂದಿದೆ ಅಥವಾ ಇಲ್ಲವೋ. ಜಿಜ್ಞಾಸೆ ಪಡೆಯ ಬೇಕೆಂಬ ಉತ್ಕಟ ಬಯಕೆ.

ಯಾವುದೇ ವಸ್ತು ವಿಚಾರ ಪಡೆಯ ಬೇಕಾದರೆ ನಮ್ಮ ಉತ್ಕಟ ವದ ಬಯಕೆ ಇರಬೇಕು ಸಾಮಾನ್ಯ ಬಯಕೆ ಇಂದ

ಸಿಗೋದಿಲ್ಲ

ಒಮ್ಮೆ ಸ್ವಾಮಿ ವಿವೇಕಾನಂದರು ಉಪದೇಶ ಮಾಡುವಾಗ ಯಾರೋ ಒಬ್ಬರು ಕೇಳಿದರಂತೆ "ನೀವು ದೇವರನ್ನು

ನೋಡಿರುವಿರಾ " ಎಂದು. ಅದಕ್ಕೆ ವಿವೇಕಾನಂದರು "ಹೌಂದು ನೋಡಿರುವೆ" ಎಂದು. ನಮಗೂ ತೋರಿಸಿರಿ ಎಂದು

ಕೇಳಿದರಂತೆ. ಅದಕ್ಕೆ ನಿರ್ಜನ ಪ್ರದೇಶದಲ್ಲಿ ತೋರಿಸುವೆ ಎಂದರು. ಹೇಗೆ ಇಬ್ಬರು ನಡೆಯುತ್ತಾ ದೂರ ಹೊರಟರು. ಹೀಗೆ

ದೇವರ ದರ್ಶನ ಮಾಡಲು ಮಡಿಯಿಂದ ಇರಬೇಕು ಎಂದು ಸ್ನಾನ

ಮಾಡಲು ಹೇಳಿದರು. ಶಿಷ್ಯ ಒಮ್ಮೆ ಮುಳುಗಿ ಮೇಲೆದ್ದ, ಎರಡನೇ ಬರಿ ಇನ್ನೇನು ಏಳಬೇಕು , ಗುರು ಗಳು ಅವನನ್ನ

ಮೇಲಿಂದ ನೀರಿನೊಳಗೆ ಒತ್ತಿದರು. ಶಿಷ್ಯ ಮೇಲೆ ಬರಲು ಮತ್ತೆ ಗುರು ಗಳು ಇನ್ನ ಒಳಗೆ ಒತ್ತಿದರು. ಹೀಗೆ ಇನ್ನ ಅವನ ಪ್ರಾಣ ಹೋಯಿತು ಅನ್ನೋ ಹೊತ್ತಿಗೆ , ಅವನು

ಮೇಲೆ ಬಂದು " ಇದೆ ಏನು ದೇವರ "ಎಂದು ಕೋಪದಿಂದ ಕೇಳಿದ. ಹೀಗೆ ಮಾಡೋದು ಸರಿ ನ ಎಂದು ಕೇಳಿದ

ಗುರು ಗಳು ಕೇಳಿದರು ನಾನು ನಿನ್ನನು ಕೆಳಗೆ ನೀರಿನಲ್ಲಿ ನೂಕುವಗ ನಿನಗೆ ಏನು ನೆನಪಾಯಿತು . ಹೆಂಡತಿ, ಮನೆ, ಮಕ್ಕಳು,

ಸಂಪತ್ತು ಎಂದು ಕೇಳಿದಾಗ, ಸ್ವಾಮಿ ಅವೆಲ್ಲ ನನಗೆ ನೆನಪಾಗಲಿಲ್ಲ, ನನಗೆ ಒಂದೇ ಒಂದು ನೆನಪು ಆಗಿದ್ದು ಅಂದರೆ ಗಲಿ

ಉಸಿರು ತೆಗೆದುಕೊಂಡು ಬೇಡಬೇಕೆಂದು ಆಸೆ ಎಂದ.

ಗುರು ಗಳು ಹೇಳಿದರು, ಹೀಗೆ ಯಾವ ರೀತಿ ಪ್ರಪಂಚದ ಎಲ್ಲವು ಬೇಡವಾಗಿ, ಉಸಿರು ಅಥವಾ ಗಲಿ ತೆಗೆದುಕೊಂಡು

ಬಿಡಬೇಕೆಂಬ ಉತ್ಕಟ ಬಯಕೆ ಬಂತೋ ಅದೇ ರೀತಿ ದೇವರ ನೋಡೋ ಬಯಕೆ ಯಾವಾಗ ಉತ್ಕಟ ವಾಗುವುದೋ ಆಗ

ದೇವರ ನೋಡಲು ಸಾಧ್ಯ ಎಂದರು.

ಹಾಗೆ ಎರಡು ಒಮ್ಮೆಲೇ ಮಾಡಲು ಸಾಧ್ಯವಿಲ್ಲ ಸಂಸಾರ, ಮತ್ತು ದೇವರು ಎರಡನ್ನು ಒಟ್ಟಿಗೆ ಪಡೆಯಲು ಸಾಧ್ಯವಿಲ್ಲ ಎಂದು ಸಾರಾಂಶ.

ಹಾಗೆಯೆ ಗುರುಗಳ ಲಕ್ಷಣ ಹೇಗಿರಬೇಕೆಂದು ಹೇಳುತ್ತಾರೆ. ಲೋಭ ಮೋಹ ರಹಿತ ನಾಗಿರಬೇಕು. ಆತ್ಮ ಜ್ಞಾನಿ ಆಗಿರಬೇಕು.

ಆತ್ಮ ಶಾಸ್ತ್ರ ಬಲ್ಲವ ನಾಗಿರಬೇಕು. ಲಿಂಗ ಧರಿಸಿದವ ಆಗಿರಬೇಕು. ಲಿಂಗ ತತ್ವ ಬಲ್ಲವ ಆಗಿರಬೇಕು. ಆತ್ಮ ತತ್ವ ಸದ್ಗುಣ

ಸಂಪನ್ನ ಆಗಿರಬೇಕು. ಶಾಸ್ತ್ರ ಬಲ್ಲವ ಆಗಿರಬೇಕು.

ಆತ್ಮ ತತ್ವ ಬಲ್ಲವ , ಶಸ್ತ್ರ ಗೊತ್ತಿಲ್ಲ ದಾಗ ಉತ್ತರಿಸಲು ಆಗುವುದಿಲ್ಲ. ಯಾರಾದರೂ ಪ್ರಶ್ನೆ ಮಾಡಿದಾಗ ಶಾಸ್ತ್ರ ಗೊತ್ತಿಲ್ಲ ದಾಗ

ಉತ್ತರ ಹೇಳಲು ಆಗುವುದಿಲ್ಲ . ಹೀಗೆ ಈ ಎಲ್ಲ ಗುಣ ಗುರುವಿಗೆ ಇರಬೇಕು.

5
ಲಿಂಗಧಾರಣ ಸ್ಥಲ

ದೇಶದ ಪ್ರಾಚೀನ ವಾಗ್ಮಿಯ ವೇದ, ಆಗಮ ಗಳು ಪರಮಾತ್ಮನ ಸ್ವಾಶೋಚ್ಟಾರಗಳು ವೇದಗಳಾದರೆ, ಪರಮಾತ್ಮನ ವೈಖರಿ ಉಪದೇಶಗಳು. ಆಗಮಗಳು ವೇದಗಳಲ್ಲಿ ಉಪನಿಷತ್ತು ಬ್ರಮ್ಮ ಎಂದು ಕರೀತಾರೆ. ಅದೇ ತತ್ವ ಗಳನ್ನೂ

ಆಗಮಗಳಲ್ಲಿ ಲಿಂಗ್ಸ ಎಂದು ಕರೆ ದಿದ್ದಾರೆ.

ಲಿಂಗ ಅಂದರೆ ಏನು - ಲಲಯಂ ಗಚ್ಛತಿ ಯಾತ್ರಿವ ಜಗದೇತ ಚರಾಚರ. ಇವತ್ತು ನಮ್ಮ ಎಲ್ಲರ ಕಣ್ಣಿಗೆ ಶ್ಯಸ್ಟಿ ಚರ ಮತ್ತು

ಆಚಾರವಿ ಕಾಣುತ್ತ ಇದೆ.

ಇವತ್ತು ವ್ಯಕ್ತ ವಾಗಿರುವ ಶ್ಯಸ್ಟಿ ಒಂದಾನೊಂದು ಕಾಲದಲ್ಲಿ ಅವಯಕ್ತ ವಾಗಿತ್ತು. ನವಿಲಿನ ತತ್ತಿಯ ರಸದಲ್ಲಿ ಮುಂದೆ

ಬೆಳೆಯೋ ನವಿಲಿನ ಬಣ್ಣ , ದೇಹ, ಅವಯವ ಒಂದೇ ರಸದಲ್ಲಿ ಇರುತ್ತವೆಯೋ. ಹಾಗೆ ಈ ಪ್ರಪಂಚ ಒಂದಾನೊಂದು

ಕಾಲದಲ್ಲಿ ಲೀನವಾಗಿತ್ತು. ಯಾವುದರಿಂದ ಜಗತ್ತು ಆಗಲು ಸಿದ್ದಂಥ ದಲ್ಲಿ "ಲಿಂಗ" ಅಂತ ಕರೆಂದು ಕೊಂಡು ಬಂದಿದಾರೆ.

ಪಂಚ ಮಹಾ ಭೂತ ಗಳೆಲ್ಲ ಯಾವುದರಲ್ಲಿ, ಭೌತಿಕವಾದ ಶ್ಯಸ್ಟಿ ಯಾವುದರಲ್ಲಿ ಲಯ ಆಗುತ್ತೋ ಅದನ್ನ ಲಿಂಗ ಅಂದೇನೂ

ತಾರೆ. ಯಾವುದರಿಂದ ಮತ್ತೆ ಉತ್ಪನ್ನ ಆಗುತ್ತೋ ಅದನ್ನ ಲಿಂಗ ಅನ್ನುತ್ತಾರೆ. ನಿರ್ಗುಣ ನಿರಾಕಾರನಾದ ಲಿಂಗದ ವ್ಯಾಖ್ಯಾನ

ಒಂದು ಕಾಲದಲ್ಲಿ ಈ ಲಿಂಗ "ಜ್ಯೋತಿರ್ಲಿಂಗ " ದ ರೂಪದಲ್ಲಿ ಅವತರಿಸಿತ್ತು ಶಿಷ್ಯನಿಗೆ ಶಿವ ದೀಕ್ಷಾ ಸಂಸ್ಕಾರ ಮಾಡುವಾಗ

ಆದ ಇಷ್ಟ ಲಿಂಗ ಯಾವುದರಿಂದ ತಯಾರು ಮಾಡಬೇಕೆಂದು ಹೇಳಿದ್ದಾರೆ. ಚಂದ್ರ ಕಾಂತ , ಸೂರ್ಯ

ಕಾಂತ ಪರ್ವತ ಶೀಲಾ ಮಣಿ ಇಂದ ತಯಾರು ಆಗ ಬಹುದು. ಸೂರ್ಯ ಕಾಂತ ಮಣಿ ಗಳು ಸೂರ್ಯನ

ಶಾಖಿವನ್ನು ಕೇಂದ್ರೀ ಕರಿಸಿ ಬೆಂಕಿ ಯನ್ನು ಉತ್ಪಾದಿಸು ವಂತೆ ಶಕ್ತಿ ಹೊಂದಿದೆ. ಅದೇ ರೀತಿ ಚಂದ್ರ ಕಾಂತ ಶಿಲೆಯೋ

ಚಂದ್ರನ ಕಾಂತಿ ಇಂದ ನೀರನ್ನು ಕೊಡು ವಂಥ ಶಕ್ತಿ ಹೊಂದಿದೆ. ಅದೇ ರೀತಿ ಸ್ಫಟಿಕ ಶಿಲೆ ಇಂದಲೂ ಲಿಂಗವನ್ನ ಮಾಡ-

ಬಹುದು.

ಆದರೆ ಇವೆಲ್ಲವೂ ಜಡ ಪದಾರ್ಥಗಳು. ಆದರೆ ಹೇಗೆ ಇವನ್ನು ಲಿಂಗ ಮಾಡಲು ಹೇಳಿದರೆ ಶಿಲಾಮಯ ಮೂರ್ತಿಗಳು. ಈ

ಎಲ್ಲ ಶಿಲೆಯಲ್ಲಿ ಉತ್ಕೃಸ್ಟವಾದ ಗುಣ ಗಳಿವೆ. ದ್ವೇಷ ಮಾಡದ ಗುಣ. ಎಲ್ಲ ದೇವರ ಮೂರ್ತಿ ಗಳು ಒಂದೇ ಗುಡಿ ಅಥವಾ ಮನೆ

ಒಳಗೆ ಇರಬಹುದು . ಆದ್ದರಿಂದ ಅವನ್ನು ನದ್ದಿಷಂತೇ ದ್ವೇಷ ಮಾಡದ ಗುಣ ದಿಂದ ಅವನ್ನ ದೇವರ ಮೂರ್ತಿ ಗಳಾದವು.

ಇಷ್ಟ ಲಿಂಗವು ಪ್ರಾಣ ಲಿಂಗ. ನೀನು ಜಗತ್ತಿನಲ್ಲಿ ಅತಿಯಾಗಿ ಪ್ರೀತಿಸಬೇಡದ್ದು ಪ್ರಾಣಲಿಂಗ ಮಾತ್ರ, ಜನರನ್ನಲ್ಲ. ಹ್ಯಾಗೆ

ಮನುಷ್ಯ ನಲ್ಲಿ ಪ್ರಾಣ ,ಜೀವಾತ್ಮ ಇರುತ್ತಾನೆ ಅದಿಲ್ಲದೆ ಮೇಲೆ ಹೆಗ ಪ್ರಾಣವಿಲ್ಲದ ದೇಹ ವಿರುವುದೋ , ಅದೇ ರೀತಿ

ಲಿಂಗವಿದ್ದದ ವೀರ ಶಿವ, ಹೆಣ ವಿದ್ದಂತೆ ಎಂದೆನ್ನುತ್ತಾರೆ. ಯಾವಾಗಲು ಎಸ್ಟೇ ಲಿಂಗವನ್ನು ಎದೆಯ ಮೇಲೆ ಯಾವಾಗಲು

ಹಾಕಿ ಕೊಂಡಿರ ಬೇಡು.

ಎಲ್ಲವನ್ನು ಕೊಡುವವ ಇಲ್ಲೇ ಇರುವಾಗ ಬೇರೆಲ್ಲೋ ಹುಡುಕಿಕೊಂಡು ಹೋಗುವ ಅವಶ್ಯ ಕತೆ ಇಲ್ಲ. ಹೋದರು, ಎಸ್ಟೇ ಲಿಂಗ

ಬಿಟ್ಟು ಹೋಗ ಬರದು ಎಂದೆನ್ನುವ ಸಾರಾಂಶ ಇಲ್ಲಿದೆ

6
ಭಸ್ಮಧಾರಣ ಸ್ಥಲ

ಅಷ್ಟ ಆವರಣ ಗಳಲ್ಲಿ ಭಸ್ಮ ಒಂದು ಆವರಣ ಎಂದು ಹೇಳಲಾಗಿ, ಗುರು, ಲಿಂಗ , ಜಂಗಮ, ವಿಭೂತಿ, ರುದ್ರಾಕ್ಷಿ, ಮಂತ್ರ ,

ಪಾದೋದಕ , ಪ್ರಸಾದ. ಆವರಣ ಅಂದರೆ ನಿಮ್ಮ ಆತ್ಮ ವನ್ನು ಮನಸ್ಸನ್ನು ರಕ್ಷಣೆ ಮಾಡುವ ಕವಚಗಳು.

ಶ್ರೀ ಗುರು ಪಂಚಾಚಾರ್ಯರು ಯಾವುದೇ ಪ್ರಕಾರದ ಅರಿಷಡ್ವರ್ಗ ಗಾಲ ಆಹುತಿ ಆಗ ಬಾರದೆಂದು, ಎಂಟು ಆವರಣ

ಕೊಟ್ಟಿದಾರೆ. ಹ್ಯಾಗೆ ಯುದ್ಧ ಭೂಮಿಯಲ್ಲಿ ಸೈನಿಕರಿಗೆ ರಕ್ಷಣೆ ಕವಚ ಕೊಟ್ಟಿರುತ್ತಾರೋ ಹಾಗೆ ಗುರುಗಳು ನಮಗೆ ಈ

ಕವಚಗಳನ್ನು ಕೊಟ್ಟಿದ್ದಾರೆ.

ಬಹಳ ಜನ ಹೂದಿಕೆ ಗಳಿಂದ ದೂರ ಆಗಿದ್ದರೆ. ಲಿಂಗದ ಬಗ್ಗೆ ಜ್ಞಾನ ಇಲ್ಲ , ಗುರುವಿನ ತಿಳುವಳಿಕೆ ಇಲ್ಲ, ಜಂಗಮದ ಪರಿಜ್ಞಾನ

ಇಲ್ಲ, ವಿಭೂತಿ ರುದ್ರಾಕ್ಷಿ ಧಾರಣೆ ಪ್ರಕ್ರಿಯೆ ಗೊತ್ತಿಲ್ಲ. ಪಾದೋದಕ ಪ್ರಸಾದ ಗಳಂತೂ ಇಲ್ಲವೇ ಇಲ್ಲ. ಹೀಗೆ ರಕ್ಷಣಾ ಹೀನ

ಪರಿಸ್ಥಿತಿ ಭಕ್ತ ತಲುಪಿದ್ದಾರೆ.

ನಿತ್ಯ ಕರ್ಮಾ ನೈಮಿತ್ಯ ದ ಕರ್ಮಾ, ಪ್ರಾಯಶ್ಚಿತ್ತ ದ ಕರ್ಮಾ ಎಂದು, ನಿತ್ಯ ಕರ್ಮ ವು ದೀಕ್ಷ ಇಂದ ಪಡೆದು ಸಾಯೋ ತನಕ

ನಿತ್ಯ ಕರ್ಮಾ. ನಿಮಿತ್ತ ಬಂದಾಗ ಮಾಡುವ ಕರ್ಮಾ ಗಳನ್ನೂ ನೈಮಿತ್ತ ಕರ್ಮಾ ಎಂದು. ಇನ್ನು ಯಾವುದೋ ಅಚಾತುರ್ಯ

ದಿಂದಲೋ , ತಿಳಿದೋ ತಿಳಿಯದೋ ಪಾಪದಿಂದಲೋ ನಿವೃತ್ತಿ ಪಡೆಯಲು ಕರ್ಮಾ ಪ್ರಾಯಶ್ಚಿತ್ತ ಕರ್ಮ

ವೀರ ಶೈವ ರ ನಿತ್ಯ ಕರ್ಮ ಯಾವುದು, ರೇಣುಕಾ ಅಪ್ಪಣೆ ಕೊಡಿಸಿದಂತೆ ಸಿದ್ದಂತ ಶಿಖಾಮಣಿಯಲ್ಲಿ ಅಪ್ಪಣೆ ಕೊಡಿಸಿರುವಂತೆ

ಧರ್ಮೋಲಿಂಗಾರ್ಚನಾತ್ಮನಂ . ಗುರು ಕೊಟ್ಟ ಇಷ್ಟ ಲಿಂಗ , ಗುರು ತಿಳಿಸಿ ಕೊಟ್ಟ ಪ್ರಾಣ ಆತ್ಮ ಲಿಂಗ ಅನು ಸಂಧಾನ

ಮಾಡೋದು ನಿತ್ಯ ಕರ್ಮ .

ಭಸ್ಮ ಧಾರಿಣಿಯಾಗಿ ಇಷ್ಟ ಲಿಂಗ ಪೂಜೆ ಮಾಡಬೇಕು . ನೀರು ಪದಿಕ ಭಸ್ಮ ಎಂದು ೧ ವಿಧ.

ಚೈತನ್ಯ ರೂಪಂ ಪರಮಾತ್ಮನ ಚಿಂತನೆ ಮಾಡೋದು ಹೊರಗೆ ಭಸ್ಮದ ಧಾರಣೆ ಎಷ್ಟು ಮುಖ್ಯವೋ ಒಳಗೆ, ಭಗವಂತನ

ಚಿಂತನೆ ಮಾಡುವುದು ಅಷ್ಟೇ ಮುಖ್ಯ. ಒಮ್ಮೆ ಜನಕ ಮಹಾರಾಜಾ ತತ್ವ ಜ್ಞಾನಿ ಆಗಿದ್ದರು. ಒಂದು ಸಾರಿ ಮಹಾರಾಜಾ ಪ್ರಶ್ನೆ

ಮಾಡುತ್ತಾನೆ ಭಸ್ಮ ಧಾರಣೆ ಇಂದ ಏನು ಪ್ರಯೋಜನ ಅಂತ. ಭಸ್ಮ ಧಾರಣೆ ಮುಕ್ತಿ ಮಾರ್ಗಕ್ಕೆ, ಎಲ್ಲ ಪಾಪ ಗಳಿಂದ ಮುಕ್ತಿ

ಹೊಂದುವ ಮಾರ್ಗ ಎಂದಿದ್ದಾರೆ.

ಶಿವನ ಮೈ ಪರಮಾತ್ಮನ ಪ್ರಕಾಶದ ಆ ಪ್ರಕಾಶಕ್ಕೆ ಚಿದ್ ಭಸ್ಮ ಎಂದು ಕರೆ ಯುತ್ತಾರೆ. ಅಂತರ್ಲೀಂಗ ಏನು ಸಂಧಾನ

ಮಾಡೋ ಪ್ರತಿ ವ್ಯಕ್ತಿ ಕೂಡ ಅಂತರಂಗ ದೊಳಗೆ ಚಿದ್ರೂಪ ನಡ ಪರಮಾತ್ಮನ ಚಿಂತನೆ ಮಾಡಿದರೆ ಅಂತ ರಂಗದಲ್ಲಿ

ಶುದ್ಧನಾಗಿ ಪರಮಾತ್ಮ ಸ್ವರೂಪ ವನ್ನೇ ಹೊಂದುತ್ತಾನೆ ಎಂದು ಚಿದ್ ಭಸ್ಮ ಮಹಿಮೆ ಕೊಂಡಾಡಿದ್ದಾರೆ.

ಎಲ್ಲ ಸ್ನಾನ ಗಳಲ್ಲಿ ಅತ್ಯಂತ ಶ್ರೇಷ್ಠ ವದ ಸ್ನಾನ ಭಸ್ಮ ಸ್ನಾನ. ಪ್ರತಿಯೊಂದು ರೋಮ ದಲ್ಲಿ ಭಸ್ಮದ ಕಣಗಳು ಕೂರು ತ್ತವೆ.

ಅವೆಲ್ಲ ಕಣಗಳು ಶಿವ ಲಿಂಗದ ಮಹತ್ವ ಅಂಗವೆಲ್ಲ ಲಿಂಗ ವಾಗುತ್ತದೆ.

ತ್ರಿಪುಂಡರ ಧಾರಣ ಎಂದರೆ ಹಣೆಯ ಮೇಲೆ ೩ ರೇಖೆಯಾಗಿ ಧರಿಸುವುದಕ್ಕೆ. ಮಸ್ತಕ, , ಭುಜ,ರಟ್ಟೆ ,ಮಣಿ ಬಂದ ,

ಹೆಗಲು,ವೃಕ್ಷ ಸ್ಥಲ , ೧೫ ಸ್ಥಲ ಗಳಲ್ಲಿ ಹಚ್ಚಬೇಕು.

7

ರುದ್ರಾಕ್ಷ ಧಾರಣ ಸ್ಥಲ

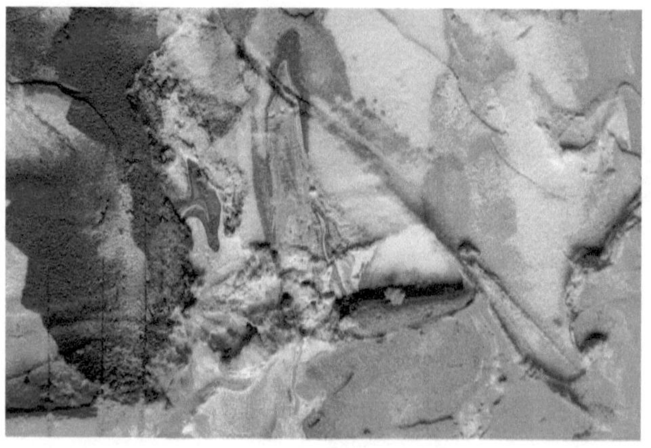

ರುದ್ರನ ನೇತ್ರ ದಿಂದ ಜನಿಸಿರುವ ರುದ್ರಾಕ್ಷಿ ಗಳು ಈ ಲೋಕವನ್ನು ಪವಿತ್ರ ಮಾಡುವ ಶಿವ ಯೋಗದ ಸಾಮಗ್ರಿ ಗಳು . ವೀರ

ಶ್ಯೈವ ಸಿದ್ಧಂತಾ ದಲ್ಲಿ ಜೀವಾತ್ಮ ನನ್ನ ಶಿವನನ್ನಾಗಿ ಮಾಡುವ ಕ್ರಿಯೆಗೆ ಶಿವ ಯೋಗ ಅಂತ ಕರೆದಿದ್ದಾರೆ.

ಯೋಗ ಅಂದರೆ ಜೋಡಣೆ , ಸಂಬಂಧ ಎಲ್ಲ ಕಡೆ ಆಗ ಬೇಕು. ಯಾವುದೇ ವ್ಯಕ್ತಿ ಯಾರದೋ ಮನೆಗೆ ಬಂದರೆ ಸಂಬಂದಿಕರು

ಎನ್ನುತ್ತಾರೆ. ಜೀವಾತ್ಮ ನನ್ನ ಶಿವನ ಜೊತೆಗೆ ಕಲ್ಪಿಸುವ ಮಾರ್ಗಕ್ಕೆ ಶಿವಮಾರ್ಗ ಎಂದು ಕರೆ ದಿದ್ದಾರೆ. ಸ್ಥೂಲ ದೇಹ , ಸೂಕ್ಷ್ಮ

ದೇಹ, ಮನಸ್ಸು,ಬುದ್ಧಿಗೆ ಶಿವ ಸಂಬಂಧ ಆಗಬೇಕು. ಕಾಯ, ವಾಚಾ , ಮನಸದಿಂದಾಗೇ ಮಡಿದ ಕಾರ್ಯ ಪೂರ್ಣ ದೆಂದು .

ದೇವರಿಗೆ ಅರ್ಪಣೆ ಮಡಿದ ಮೇಲೆ ಅದು ಪ್ರಸಾದ ಆಗುತ್ತದೆ. ದೇಹವನ್ನು ಪ್ರಸಾದ್ ಕಾಯ , ವಾಣಿ ಪ್ರಸಾದ ಆಗುತ್ತದೆ.

ಪ್ರಸಾದದ ಗುಣ ಅಂದರೆ ಸದಾ ಪ್ರಸನ್ನತೆ ಕೊಡುವುದಕ್ಕೆ ಪ್ರಸಾದ ಎಂದು ಅನ್ನುತ್ತಾರೆ.

ತ್ರಿಕರ್ಣ ಗಳನ್ನು ಮನುಷ್ಯ ಅನೇಕ ಜನ್ಮ ಗಳಲ್ಲಿ ಶಬ್ದ, ರಸ ರೂಪ, ಸ್ವರ್ಶ - ತನು , ಮನ , ಧನ ಅರ್ಪಣೆ ಮಾಡಿದ್ದಾರೆ.

ದೇಹವನ್ನು ಯೋಗ ಕ್ಕಾಗಿ ಅರ್ಪಣಾ ಮಾಡಿ , ಭೋಗಕ್ಕಾಗಿ ಅಲ್ಲ ಎಂದು ಹೇಳಿದ್ದಾರೆ.

ಶಿವ ಯೋಗ ಸಾಧಿಸುವ ಸಾಮಗ್ರಿ ಏನೆಂದ್ರೆ ಅಷ್ಟ ಆವರಣ ಗಳು ಬೇಕು. ಗುರು ಲಿಂಗ , ಜಂಗಮ, ವಿಭೂತಿ, ರುದ್ರಾಕ್ಷ್ಯ ,

ಮಂತ್ರ, ಪಾದೋದಕ ಪ್ರಸಾದ ನಮ್ಮನ್ನು ರಕ್ಷಣೆ ಮಾಡು ವಂತೆ ಶ್ರೇಷ್ಠ ವದ ಕವಚ ಗಳು.

ರಜೋ ಗುಣ ಇರುವ ಆಭರಣ ಗಳನ್ನೂ ಧರಿಸುವುದರಿಂದ ಮನಸ್ಸು ಯಾವಾಗಲು ಸಂಧಾನ ಇರೋದಿಲ್ಲ. ಅದಕ್ಕೆ ರಜೋ ಗುಣ ಇರುವ ಆಭರಣ ಕೈಕೊಡು ಕಮ್ಮಿ ಮಾಡಬೇಕು.

ಭಸ್ಮ, ರುದ್ರಾಕ್ಷಿ, ಹಾಕಿದಾಗ ಮನಸ್ಸು ಚಂಚಲ ಬಿಟ್ಟು ಅವನ್ನು ಸಂಧಾನ ವಾಗಿ ಇಡುತ್ತವೆ. ಮನುಷ್ಯ ಒಂದೆಡೆ ಇರುವ ಹಾಗೆ

ಮಾಡೋದುರುದ್ರಾಕ್ಷ್ಯ . ನೀವೇ ಮಾಡಿರೋ ಪಾಪ ಗಳು ನಿಮ್ಮನ್ನು ತಿಂದು ಹಾಕುತ್ತವೆ. ನಾಶ ಮಾಡುತ್ತವೆ. ಆದ್ದರಿಂದ

ಪಾಪ ಗಳಿಂದ ಮುಕ್ತಿ ಹೊಂದ ಬೇಕಾದರೆ ರುದ್ರಾಕ್ಷಿ ಧರಿಸ ಬೇಕು.

ರುದ್ರಾಕ್ಷಿ ಗಳು ಹೇಗೆ ಹುಟ್ಟಿ ಬಂದವು ಅನ್ನೋದಿಕ್ಕೆ ಶಿವ ತ್ರಿಪುರ ಸುರ ನನ್ನ ನಾಶ ಮಾಡಲು ಅವನ ತ್ರಿನೇತ್ರ ಗಳಿಂದ

ಸೂರ್ಯ ಚಂದ್ರ ಆಗ ನೇತ್ರ ದಿಂದ ಬಿದ್ದ ನೀರು ರುದ್ರಾಕ್ಷಿ ಆಗಿ ಮಾರ್ಪಾಡು ಆಗಿವೆ.

ಸಮಾಜದಲ್ಲಿ ಬದುಕು ವಾಗ ಮತ್ತೊಬ್ಬರಿಗೆ ಸಂಧಾನ ಆಗೋ ಕೆಲಸ ಮಾಡಿದ್ರೆ, ಸಂತೋಷ ಆಗೋ ಕೆಲಸ ಮಾಡಿದ್ರೆ

ಅವನ್ನು ಶಿವನ ಕಾರ್ಯ ಎಂದಿದ್ದಾರೆ. ನಿಮ್ಮಿಂದ ಒಳ್ಳೆಯ ನಡ ಮನುಷ್ಯ ಆನಂದ ಭಾಷ್ಪ ಸುರಿಸುತ್ತಾನೆ. ಯೋಗ ಆಶ್ರಯ

ಗಳು ಯೋಗಿ ಆರಾಧನೆ ಮಾಡುವಾಗ ಲಿಂಗವನ್ನು ನೋಡು ವಾಗ ಬರುವ ಅಶ್ರು ಗಾಲೆ ಯೋಗ ಶ್ರು.

8

ಪಂಚಾಕ್ಷರಿ ಜಪ

೧ಲ ಶಿವ ಆಗಮ ಗಳಲ್ಲಿ ಬೋದಿಸಲ್ಪಟ್ಟ ವೀರ ಶೈವ ಸಿದ್ದಂತವು ಜಗದ್
ಗುರು ರೇಣುಕಾ ರಿಂದ ಮಹಾ ಮಹಿಮಾ
ಶಾಲಿಯಾದ ಅಗಸ್ತ್ಯ ಮುನಿಗೆ ನಮಗೆ ಗ್ರಂಥ ರೂಪದಲ್ಲಿ ಸಿಕ್ಕಿದೆ.

ನಮ್ಮ ದೇಶದ ಮನು ಕುಲದ ಒಳಿತಿಗಾಗಿ ಬೋದಿಸಲ್ಪಟ್ಟ ಗ್ರಂಥ, ಶಿವನ್ನು ಉಪಾಸನೆ ಮಾಡುವವರು ಶಿವ ರಾಗ ಬೇಕು. ಶಿವ

ಎಂದ್ರೆ ಎಲ್ಲರಿಗು ಮಂಗಳ ಉಂಟು ಮಾಡುವಂತಹ. ಅನು ಯಾಯಿ ಗಳು ಆರಾಧ್ಯ ಮಾಡುವ ದೈವವು ತನಗ ಬೇಕೆಂದು

ಕಲ್ಪನೆ.

ಮಂತ್ರ ಎಂದರೇನು ವಿಚಾರ ಮಾಡಿದರೆ , ಯಾವುದನ್ನೂ ನಾವು ಮನಾನಾ ಮಾಡಿದರೆ ಅದರಿಂದ ಪ್ರಾಪ್ತಿ ಯಾದ ಪುಣ್ಯ

ದಿಂದ ನಾವು ರಕ್ಷಿಸ ಪಡುತ್ತೇವೆ. ಕೆಲ ವೊಂದು ಪ್ರಸಂಗಗಳಲ್ಲಿ ಯಾರು ನಮ್ಮನ್ನ ರಕ್ಷಣೆ ಮಾಡದ ಪರಿಸ್ಥಿಯಲ್ಲಿ ನವಿರುವಾಗ,

ನಮ್ಮ ಪುಣ್ಯವೇ ನಮ್ಮನ್ನು ರಕ್ಷಿಸಿದೆ .

ಒಂದು ಗಿಡ ದಲ್ಲಿ ೨ ಪಕ್ಷಿ ಕುಳಿತಿರುವಾಗ, ಒಬ್ಬ ಬೇಡ ಬಣ ಹೂಡಿ ಅವನ್ನು ಕೊಲ್ಲಲು ನಿಂತಿದ್ದಾನೆ. ಮೇಲೆ ಒಂದು ಗಿಡುಗ

ಅವನ್ನು ಹಿಡಿದು ತಿನ್ನಲು ಕಾದಿದೆ. ಅಂತ ಸ್ಥಿತಿಯಲ್ಲಿ ಪಕ್ಷಿಗಳು ಯೋಚನೆ ಮಾಡುತ್ತ ದೇವರ ಪ್ರಾರ್ಥನೆ ಮಾಡುತ್ತ

ಕುಳಿತಿವೆವಂತೆ.

ಆ ಸಮಯ ದಲ್ಲಿ ಒಂದು ಹಾವು ಬಂದು ಆ ಬೇಡನಿಗೆ ಕಚ್ಚಿ, ಅವನ ಲಕ್ಷ್ಯ ತಪ್ಪಿ ಹೂಡಿದ್ದ ಬಣ ಆ ಗಿಡುಗಕ್ಕೆ ಬಡಿದು ಆ ಗಿಡುಗ

ಮತ್ತು ಬೇಡ ಇಬ್ಬರು ಸತ್ತರು . ಅವೆರಡು ಪಕ್ಷಿ ಗಳು ಉಳಿದು ಕೊಂಡವು. ದಿಕ್ಕಿಲ್ಲ ದವರಿಗೆ ದೇವರೇ ಗತಿ ಅನ್ನುವ ಹಾಗೆ ಅವು

ಉಳಿದು ಕೊಂಡವು.

ಜೀವಾತ್ಮನ ಚಿಂತೆಯ ಕೋಪ ದಿಂದ ಮಂತ್ರ ಎಂಬ ಶಕ್ತಿ ಕೊಟ್ಟಿದಾರೆ . ಅಧೋ ಮುಖ ಆಗಿರುವ ಮನಸ್ಸನ್ನು , ಮೇಲ್ಮುಖ

ವಾಗಿ ಮಾಡುವ ಸಾಧನ "ಮಂತ್ರ" ಪಂಚಾಕ್ಷರಿ ಎನ್ನುವ ಮಹಾ ವಿದ್ಯೆ ಎಂದು ರೇಣುಕಾ ಭಾಗವತರು ಹೇಳಿದ್ದಾರೆ. ಏಳು

ಕೋಟಿ ಮಂತ್ರ ಮಧ್ಯ ಶ್ರೇಷ್ಟ ಎಂದರೆ ಪಂಚಾಕ್ಷರಿ ಮಂತ್ರ.

ಆ ವೇದದ ಸರ ಎಂದರೆ ಶ್ರೀ ರುದ್ರ ಎಂದರು. ಈ ಶ್ರೀ ರುದ್ರದ ಸರ ಹುಡುಕುತ್ತ ಹೋದಾಗ ಎಂಟನೇ ಅನುಯಾಯ ದಲ್ಲಿ

ಅದರ ಸರ ಏನಿದೆ ಎಂದು ಹೇಳಿದ್ದಾರೆ. ಇದರ ಸಾರ "ನಮಃ ಶಿವಾಯ ಚಾ " ಎಂದು ಹೇಳಿದ್ದಾರೆ.

೯
ಪಾದೋದಕ ಪ್ರಸಾದ

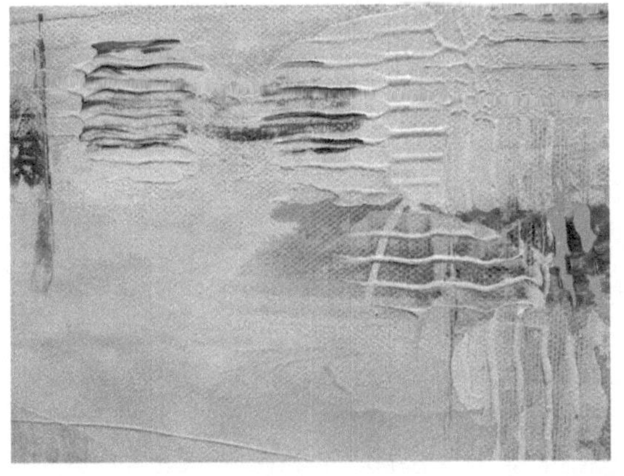

ಪಾದೋದಕ ಎಂದರೆ ಪಾದ - ಪರಮ ಆನಂದ, ಹಾಗೆ ಉದಕ - ಜ್ಞಾನ, ಪರಮಾನಂದದ ಜ್ಞಾನ ವನ್ನು ಸಾಮರಸ್ಯದ

ಜ್ಞಾನವ ನ್ನು ಯಾರು ಆಸ್ವಾದ ಮಾಡಿ ಕೊಳ್ಳುವರೋ ಆ ವ್ಯವಸ್ಥೆಗೆ ಪಾದೋದಕ ಎನ್ನುತ್ತಾರೆ.

ನಮ್ಮ ನಂಬಿಕೆ ಪಾದೋದಕದ ಬಗ್ಗೆ ನಮ್ಮ ಅಭ್ಯಾಸ ಅಥವಾ ಅನುಭವ ದಿಂದ

ಎಂದರೆ ಗುರುವಿನ ಪದ ಪೂಜೆ ಮಾಡಿ
.ಬರುವ ನೀರಿಗೆ ಲಿಂಗ ಪೂಜೆಯ ನಂತರ ಅದಕ್ಕೆ ಪಾದೋದಕ ಎಂದು. ನಿಜವಾದ ಅರ್ಥದಲ್ಲಿ ಬಾಹ್ಯ ವಾಗಿ ಬೇರೆ ಇದೆ.

ಗುರುವಿನ ಪದ ತೊಳೆದು, ಜಂಗಮರ ಪಾದ ತೊಳೆದು ನೀರನ್ನು ಎಲ್ಲ ಮೂಲೆ ಗಳಿಗೂ ಸಂಪ್ರೋಕ್ಷಣೆ ಮಾಡುವುದರಿಂದ
ಎಲ್ಲ ಕಷ್ಟ ಕಾರ್ಪಣ್ಯ ಗಳು ದೂರ ಆಗುವವು ಎಂಬ ನಂಬಿಕೆ.
ಇದು ಸಾಂಕೇತಿಕ ನಿಜ ಅರ್ಥ ದಲ್ಲಿ ಗುರುವಿನ ಪದದ ತೊಳೆದು ನಮ್ಮ ಮನಸ್ಸಿನಲ್ಲಿ ಇರುವ ಎಲ್ಲ ಪಾಪ ತೊಳೆಯುವ
ಸಂದೇಶ. ಈ ರೀತಿಯಾಗಿ ೩ ತರಹದ ಪಾದೋದಕ ಗಳನ್ನು ವಿಂಗಡಿಸಿದ್ದಾರೆ.

೧. ಗುರು ಪಾದೋದಕ ೨. ಲಿಂಗ ಪಾದೋದಕ ೩. ಜಂಗಮ ಪಾದೋದಕ.
ಯಾವ ಗುರುವು ಸಂಜಕ್ಕಾಗಿ ತಮ್ಮನ್ನು ತಾವು ಅರ್ಪಣೆ ಮಾಡಿಕೊಂಡು, ಯೋಗ್ಯ ವದ ರೀತಿ ಯಲ್ಲಿ ಜಂಗಮರ
ಜೀರ್ಣೋದ್ಧಾರ ಮಾಡುತ್ತಾರೋ , ಧಾರ್ಮ ಮಹತ್ವ ಅರ್ಥ , ಅಭ್ಯಾಸವನ್ನು ನಿರಂತವನಿ ಸಾರುತ್ತ ಅವರೇ, ನಿಜವಾದ್
ಗುರು. ಅಂತಹ ಜ್ಞಾನ ಪಡೆಯುವ ಮಾರ್ಗವೇ ಗುರು ಪಾದೋದಕ.
ಯಾವುದೇ ಬೇದ ಭಾವ ಇಲ್ಲದೆ ಜಾತಿ ಮತ ಜಗತ್ತಿನ ಎಲ್ಲವು ಒಂದೇ ಎಂದು ತಿಳಿಯುವುದೇ ಲಿಂಗ ಪಾದೋದಕ.
ಪರಮಾತ್ಮನ ಮಕ್ಕಳು ಎಂದು ಭಾವಿಸಿ ಈ ಪ್ರಪಂಚದಲ್ಲಿ ಎಲ್ಲರು ನನ್ನ ಅಣ್ಣ ತಮ್ಮಅಂದಿರು ಅಕ್ಕ ತಂಗಿ ಯಾರೆಂದು
ತಿಳಿಯುದೆ ಲಿಂಗ ಪಾದೋದಕ.

ಜಂಗಮ ಪಾದೋದಕ ತನುವುದಿಂದ ಸೇವೆ ಮಾಡ ಬೇಕು. ಮನದಿಂದಾಗಲಿ ಸೇವೆ ಮಾಡಬೇಕು. ಗುರು ನಮಗೆ ಅರಿವು
ಕೊಟ್ಟಿದ್ದಾರೆ. ಅರಿವಿನಿಂದ ಜ್ಞಾನ , ಜ್ಞಾನ ದಿಂದ ಸಮಾನತೆ. ಈ ಸಮಾನತೆಯಿಂದ ಲೋಕ ಕಲ್ಯಾಣ , ಸಮಯ ಬಂದಾಗ
ಜಂಗಮತ್ವವನ್ನು ಕಾಪಾಡುತ್ತೇನೆ ಎಂಬ ಭಾವ
ನಮ್ಮಲ್ಲಿ ಬರಬೇಕು. ಈ ಭಾವ ಬಂದಾಗ ಬರುವ ಅರಿವೇ ಜಂಗಮ ಪಾದೋದಕ.

ಆಧುನಿಕ ಜಗತ್ತಿನ ನಿತ್ಯ ನಿರಂತರ ಭರಾಟೆಯಲ್ಲಿ ನಮ್ಮ ನೆಮ್ಮದಿಯ ದಾರಿ ಹುಡುಕುವುದು ಕಷ್ಟ. ನಮಗೆ ಏನು ಬೇಕು, ಏನು

ಬೇಡದ ಅರಿವನ್ನು ಬಿಟ್ಟು ಮಾಧ್ಯಮದ ಪ್ರಭಾವದಿಂದ ಸಿಕ್ಕ ಸಿಕ್ಕ ವಸ್ತುವನ್ನು ಕೊಂಡು, ತಿಂದು ತನ್ನ ಶಕ್ತಿಯನ್ನು ವೆಚ್ಚ

ಮಾಡುತ್ತಿದ್ದಾನೆ. ಸಾವಿರಾರು ಮಾಧ್ಯಮಗಳು ದಿನಪತ್ರಿಕೆ , ನ್ಯೂಸ್ ಚಾನೆಲ್ ಹಾಗು ಆನ್ಲೈನ್ ಪಾಟ್ಫಾರ್ಮ್ ನಿಂದಾಗಿ,

ಒಬ್ಬ ಸಾಮಾನ್ಯ ಮನುಷ್ಯ ತನಗೆ ಏನು ಬೇಕು ಏನು ಬೇಡ ಅನ್ನುವುದನ್ನು ಮರೆತು, ಬಾಹ್ಯ ಪ್ರಪಂಚದ ಕಡೆ ಅತೀವ ಒಲವು

ಮಾಡಿಕೊಂಡು, ತನ್ನ ಒಳಗೆ ಇರುವ ಪ್ರಪಂಚ ವನ್ನು ಮರೆತು ಬಿಟ್ಟಿದಾನೆ. ಈ ಲೇಖನ, ಒಂದು ಚಿಕ್ಕ ಪ್ರಯತ್ನ ನಮ್ಮನ್ನು

ನಾವು ಎಚ್ಚರ ಮಾಡಿ ಕೊಳ್ಳಲು. ಅಂತರಂಗದ ಕಡೆ ಮುಖ ಮಾಡಲು. ಒಬ್ಬ ಸಾಮಾನ್ಯ ಮಾನವ ಅಧ್ಯಾತ್ಮ ಕಡೆ ಪಾಳಲು ಒಂದು ಹೆಜ್ಜೆ.

www.ingramcontent.com/pod-product-compliance
Lightning Source LLC
Chambersburg PA
CBHW032004140726
47988CB00019B/3332